વિચાર

મિહિર જાગૃતિ વોરા

Made with ♥ on the Notion Press Platform
www.notionpress.com

આ પુસ્તક હું મારા માતા પિતા , મોટા ભાઈ ભાભી અને નાની પ્રિય ભત્રીજી ને
અર્પણ કરું છું .

સામગ્રી

પ્રસ્તાવના

આ પુસ્તક માં મારા આજકાલ દૈનિક માં આવેલા મારી કોલમ એક નઝર ના લેખ છે. ૨૦૦૫ થી ૨૦૧૪ સુધી મારા લેખ આ કોલમ માં આવ્યા હતા.

સ્વીકૃતિઓ

આ પુસ્તક માં મારા આજકાલ દૈનિક માં આવેલા મારી કોલમ એક નઝર ના લેખ છે આ માટે હું આજકાલ દૈનિક ના મેનેજમેન્ટ , તંત્રી , ટ્રસ્ટી અને તમામ પત્રકાર અને સ્ટાફ નો આભાર માનું છું . ૨૦૦૫ થી ૨૦૧૪ સુધી મારા લેખ આ કોલમ માં આવ્યા હતા.

આ પુસ્તક માટે में વિવિધ લેખ આધારિત માહિતી વિકિપીડિયા , લેખ ને લાગતા આવેલા વિવિધ અખબારી અહેવાલ અને જે તે લેખક ના લેખ ના સંદર્ભ નો સહારો લીધો છે તે સૌ નો હું આભાર માનું છું .

અનુક્રમણિકા

1

ગંગા-યમુનાને જીવંત વ્યક્તિનો દરજજો મળ્યો

ભારતનીપૌરાણિકકથાઓમાંગંગા-યમુના-સરસ્વતી જેવી નદીઓનો મહિમા કરાયો છે.જીવંત પાત્ર તરીકે નદી સંવાદ કરતી હોય, તપથી પ્રસન્ન થતી હોય, લગ્ન કરતી હોય,

લગ્નના કારણે પિતામહ્ ભીષ્મ જેવા બળવાન સંતાન હોય.. આવી અનેક કથાઓથી જનમાનસમાં નદી એક આગવી આભાથી સાક્ષાત દૈવી શક્તિ તરીકે પ્રસ્થાપિત થઈ છે.

આપણે ભારતીયો તો ગંગા, યમુના, સરસ્વતી, ગોદાવરી, કાવેરી, નર્મદાની આંખોમાં આશ્ચર્ય આંજતી અનેકાનેક રસપ્રદ કથાઓ સાંભળીને મોટા થતા હોઈએ છીએ.

આ બધુ છતાં આપણે નદીનું ખરૂં મૂલ્ય કરવાનું ચૂકી ગયા એટલે નદીઓની બદહાલી શરૂ થઈ. નદીઓ નહીં હોય તો માનવ સભ્યતા પણ નહીં હોય - એ પારખી ગયેલા ઘણા દેશોએ કાયદાકીય રીતે, સામાજિક રીતે કે ભાવનાત્મક રીતે ફરીથી નદીનું મૂલ્ય પ્રસ્થાપિત કર્યું. નદીને સ્વયં પ્રકૃતિસ્વરૂપા તરીકે પૂજતા ન હોય એવા દેશોએ પણ આકરા કાયદા બનાવીને નદીઓની જાળવણી શરૂ કરી છે.

નદીને દેવી ગણતા આપણે આગવી સંભાળમાં પાછળ રહી ગયા. પણ રહી રહીને આપણે ત્યાં ય એ દિશામાં બે-એક દશકાથી કામગીરી શરૂ થઈ છે.

ગંદકીથી ખદબદતી નદીઓને શુદ્ધ કરવા માટે સરકારી-બિન સરકારી સંસ્થાઓએ પ્રયાસો આદર્યા છે. એવો જ એક પ્રયાસ ૨૦૧૪માં હરદ્વારના એક માણસે આદર્યો હતો. ગંગા-યમુના જેવી નદીઓનું અપમાન કરનારા સામે કડક

કાર્યવાહી થાય તે માટે એ માણસે ઉત્તરાખંડ હાઈકોર્ટના દ્વાર ખટખટાવ્યા.

સાડા ત્રણ વર્ષ પછી હાઈકોર્ટે ઐતિહાસિક ચૂકાદો આપીને નદીઓને કાયદાની પરિભાષામાં 'જીવંત વ્યક્તિ'નો દરજ્જો આપ્યો છે. હિન્દુ સંસ્કૃતિમાં જે નદીઓને માતા ગણીને જીવંત પાત્રો તરીકે પૂજવામાં આવે છે,

એ નદીઓને ખરા અર્થમાં કાયદાનું કવચ આપીને 'જીવંત વ્યક્તિ'બનાવનારામાણસનુંનામછે મોહમ્મદસલીમ. ૨૫૦૦ કિલોમીટર જેટલી લંબાઈ ધરાવતી મહાનદી ગંગાના કાંઠે ૨૯ મોટા શહેરો, ૨૩ નાના શહેરો અને ૪૮ ટાઉન વસ્યા છે. કરોડો લોકોને અસર કરતી ગંગા ભારત ઉપરાંત બાંગ્લાદેશ સુધી પહોંચે છે.

ભારત-બાંગ્લાદેશના મળીને કુલ ૧૦ રાજ્યોમાં ગંગાની હાજરી છે. સાઉથ અમેરિકાની એમેઝોન અને આફ્રિકાની કોંગો પછી ગંગા વિશ્વની ત્રીજા નંબરની વિશાળ નદી છે.તો યમુના ઉત્તરાખંડ, ઉત્તર પ્રદેશ, દિલ્હી, હરિયાણા અને હિમાચલ પ્રદેશ એમ પાંચ રાજ્યોમાંથી પસાર થાય છે.

આ થયું બંને નદીઓનું દેખીતું મહત્ત્વ, પણ જો એમાં આસ્થાનો ઉમેરો થાય તો બંને નદી અમૂલ્ય બની જાય.લોકોને ભારોભાર સન્માન છે છતાં બીજી બાજુ એ છે કે બંને નદીઓ તરફ બહુમતિ લોકોની અવગણના ઉડીને આંખે વળગે છે.ચોમેર પ્રદૂષણ, ગેરકાયદે બાંધકામ, રેતીની ચોરી, પાણીની ચોરી વગેરે બદીઓના કારણે આ બંને અને એ સિવાયની નદીઓની સ્થિતિ બદતર બની ગઈ છે.

આવી હાલત જોઈને હરદ્વારના રહેવાસી મોહમ્મદ સલીમે ૨૦૧૪માં ઉત્તરાખંડ હાઈકોર્ટમાં બંને નદીઓને પૂરતી પ્રતિષ્ઠા મળે તે માટે અરજી કરી.

મોહમ્મદ સલીમે ઉત્તરાખંડ સરકારને જ આરોપી બનાવી. સાડા ત્રણ વર્ષ સુધી કેસ ચાલ્યો. આખરે આ સપ્તાહે ઉત્તરાખંડ હાઈકોર્ટના ન્યાયધીશ રાજીવ શર્મા અને આલોક સિંહની બનેલી ખંડપીઠે મોહમ્મદ સલીમની અથવા કહો કે ગંગા-યમુનાની તરફેણમાં ઐતિહાસિક ચૂકાદો આપતા કહ્યું : 'ભારતની પવિત્ર ગંગા અને યમુના નદીને જીવંત વ્યક્તિ જેવો દરજ્જો આપવામાં આવે છે. તેની હાનિ કરનારા સામે આકરા પગલાં ભરાશે.

સરકારે ત્રણ સભ્યોની સમિતિ બનાવીને કાર્યવાહી કરવાની રહેશે.વ્યક્તિ તરીકે ગંગાની સંભાળ રાખવાની જવાબદારી રાજ્યના ચીફ સેક્રેટરી અને નમામિ ગંગા પ્રોજેક્ટના ડિરેક્ટરની રહેશે'. હિન્દુધર્મમાં ગંગા-યમુનાને પવિત્ર નદી ગણવામાં આવી હોવાથી તેનું દેશભરના લોકોએ આગવું સન્માન કરવું જોઈએ એવી એક મુસ્લિમ અરજદારની અરજી ઉપર હાઈકોર્ટે મહોર લગાવતા કહ્યું કે ઉત્તરાખંડની સરકાર જરૂર જણાય તો ઉત્તર પ્રદેશ સાથે વાતચીત કરે

અને કેન્દ્ર સરકારની મદદની જરૂર હોય તો એ લઈને પણ વહેલી તકે ગંગા-યમુના ઉપર શક્તિ નહેર જેવા જે અતિક્રમણો થયા છે દૂર કરાવે. સહાયક નદીઓમાંથી કચરો ગંગા-યમુનામાં ન ઠલવાઈ તેની તકેદારી રાખવાની તાકીદ પણ હાઈકોર્ટે સરકારને કરી છે.

ગંગા-યમુનાને કોઈ નુકસાન પહોંચાડે તો આકરા પગલા ભરવાનો હુકમ કરવાની સાથે સાથે કોર્ટે ન્યુઝિલેન્ડની વાંગનુઈ નદીને કોર્ટે જીવિત વ્યક્તિનો અધિકાર આપ્યો તેનો ઉલ્લેખ પણ કર્યો હતો.

ગંગાને શુદ્ધિકરણ કરવા મુદ્દે ઉત્તરાખંડ હાઈકોર્ટની જેમ અગાઉ સુપ્રીમ કોર્ટ અને નેશનલ ગ્રીન ટ્રિબ્યુનલે પણ વિવિધ રાજ્ય સરકારોને અને કેન્દ્ર સરકારને ફટકાર લગાવી છે.

૨૦૧૪માં કેન્દ્રમાં એનડીએની સરકાર બની પછી ૨૦૦૦ કરોડના ખર્ચે ગંગા શુદ્ધિકરણ પ્રોજેક્ટ હાથ ધરાયો છે, પરંતુ દેખીતું શુદ્ધિકરણ હજુ થયું નથી.ગંગા-યમુનામાં બેરોકટોક થતું પ્રદૂષણ રોકવા માટે વોટર પ્રોટેક્શન એન્ડ કંટ્રોલ ઓફ પોલ્યુશન એક્ટ હેઠળ કાર્યવાહી થતી આવી છે.

પણ હવે આ નદીઓમાં પ્રદૂષણ કરનાર વિરૂદ્ધ એક વ્યક્તિને નુકસાન પહોંચે ત્યારે જેટલી કલમ લગાડી શકાય એટલી કલમ લગાડીને થોડા વધુ આકરા શિક્ષાત્મક પગલા ભરી શકાશે.અત્યાર સુધી ધાર્મિક સંદર્ભમાં ગંગાને સન્માન મળતું હતું, પણ હવે કાયદાકીય રીતે પણ એક જીવંત વ્યક્તિના અધિકારોનું રક્ષણ થતું હોય છે,

એવા રક્ષણની જવાબદારી સરકારી સંસ્થાઓની રહેશે. એક વ્યક્તિ તરીકે નદીઓની મૂલવણી થશે એટલે ગેરકાયદે બાંધકામ, ગંગા-યમુનાના પટમાં ગેરકાયદે નિયંત્રણ વગેરે બાબતો સામે કેસ ચલાવવાનું અને તેનો નિવેડો લઈ આવવાનું કામ સરળ બનશે.

કોર્ટે તો ઐતિહાસિક ચૂકાદો આપીને નદીઓને પ્રતિષ્ઠા આપવાની દિશા બતાવી છે. સવાલ ફરી પાછો ત્યાં આવીને અટકશે કે સ્વર્ગમાંથી શિવની જટામાં આવીને પૃથ્વી ઉપર વહેતી ભાગિરથી અને કૃષ્ણપ્રિયા યમુના બાબતે આપણો અભિગમબદલાશેકેકોર્ટે આદેશ આપ્યો છે તેથી પાલન કરવું પડશે એમ માનીને આ પવિત્ર નદીઓને સન્માન મળશે કે નદીઓ ખરેખર આદરપાત્ર છે એમ માનીને આદર અપાશે

સંદર્ભ :સાઈન-ઈન - હર્ષ મેસવાણિયા

2

વિટામીન ડી 'સનશાઈન વિટામીન' તરીકે પણ ઓળખાય છે

વિસમી સદીની શરૂઆતમાં ખોરાકમાં પોષક તત્ત્વોની ખામીથી થતા રોગોનો અભ્યાસ કરતી વખતે સંશોધકોએ જે તેર વિટામીનની શોધ કરી હતી તેમાંનુ એક વિટામીન ડી પણ હતું.

વિટામીન ડી એક રાસાયણિક (કેમિકલ) પદાર્થ છે. તમારા શરીરની ચામડીમાં રહેલા ખાસ પ્રકારના કોલેસ્ટ્રોલ (૭-ડી હાયડ્રોકોલેસ્ટેરોલ) ઉપર સૂર્યના કિરણોની અસર થવાથી વિટામીન ડી-૩ બને છે.

આ વિટામીન ડી-૩ પહેલા લિવરમાં અને પછી કિડનીમાં જાય છે અને તેનું રૂપાંતર વિટામીન ડીમાં થાય છે. આ જ કારણથી વિટામીનડી'સનશાઈનવિટામીન'તરીકેપણઓળખાયછે.

વિસમી સદીની શરૂઆતમાં ખોરાકમાં પોષક તત્ત્વોની ખામીથી થતા રોગોનો અભ્યાસ કરતી વખતે સંશોધકોએ જે તેર વિટામીનની શોધ કરી હતી તેમાંનુ એક વિટામીન ડી પણ હતું.

તે દિવસથી વૈજ્ઞાનિકોએ બધા જ વિટામીનને 'ઓર્ગેનિક કેમિકલ' ગણેલા છે જે માનવ શરીરમાં બનતા નથી અને શરીરમાં થતી બધી જ ક્રિયા માટે સુક્ષ્મ પ્રમાણમાં જરૂરી છે.

શારીરિક તંદુરસ્તી આજીવન જાળવવા માટે તમારે કુદરતી ખોરાક અનાજ, તાજા ફળો, લીલા શાકભાજી, દૂધ, સુકો મેવો અને પશુ પક્ષીના માંસ અને ઈંડા માંથી બધા જ પ્રકારના વિટામીન મેળવવા જોઈએ.

વૈજ્ઞાનિકોએ વિટામીન ડીને ચાર ફેટ સોલ્યુબલ વિટામીનમાં સ્થાન આપ્યું હોવા છતાં તે બીજા બધા જ વિટામીનથી જુદું એટલા માટે પડે છે તેનું કારણ તે શરીરમાં બને છે અને બધા જ કુદરતી ખોરાકમાંથી મળતું નથી.

ફક્ત માછલી અને ઈંડામાંથી મળે છે. નાના બાળકોમાં થતા 'રીકેટસ' નામના હાડકાના ભયાનક રોગના ઉપાયો શોધવામાં વૈજ્ઞાનિકોએ વિટામીન ડીની શોધ સન ૧૯૨૦માં કરી હતી ત્યાર પછી તો સંશોધકોએ તેની ખામીથી હાડકા ભાગવાની તકલીફ, પ્રોસ્ટેટ કેન્સર, હ્રદય રોગ, જ્ઞાનતંતુ અને સ્નાયુના પ્રોબ્લેમ, બહેરાશ અને ડાયાબીટીસ પણ થઈ શકેએપણશોધીકાઢ્યુંછે.

વિટામીનડીઓછુંથવાનાકારણોછે.જુના જમાનામાં ખેતરમાં કામ કરતા લોકોમાં અને પગે ચાલીને બધે ફરતા લોકોમાં સૂર્યના કિરણોને લીધે પૂરતું વિટામીન ડી એમના શરીરમાં મળી જતું હતું.

હવે મોટેભાગે ઘરમાં રહેતા, વાહનમાં ફરતા અને ઓફીસમાં કામ કરતા લોકો અને હાલ મોટી ઉંમરે તમારે હરવાફરવાનું ઓછું થવાથી તમારા શરીરમાં સૂર્યના કિરણોમાંથી મળતા વિટામીન ડીનું પ્રમાણ અર્ધાથી પણ ઓછુંથઈજાયછે.પેટના રોગોવાળી અને લિવર કે કિડનીની તકલીફવાળી વ્યક્તિઓમાં પણ ચામડીમાં ઉત્પન્ન થયેલુંવિટામીનડી-૩નુંરૂપાંતરવિટામીનડીમાંથતુંનથી.

કોઈ દવાઓ જેવી કે સ્ટેરોઈડસ, તાણ આવતી અટકાવવાની દવાઓ લેતા હો ત્યારે પણ વિટામીન ડી ઓછું થઈ જાય.સૂર્યના કિરણોની તમારી ચામડી પર વધારે પ્રમાણમાં અસર થાય અને ચામડીના રોગો ખાસ કરીને ચામડીના કેન્સર ના થાય માટે ડોક્ટરો 'સન સ્ક્રીન લોશન કે ક્રીમ વાપરવાની સલાહ આપે છે.

જો વધારે પડતા સનસ્ક્રીન લોશન કે ક્રીમને કારણે પણ કોઈ વખત શરીરમાં વિટામીન ડી પુરતા પ્રમાણમાં ઉત્પન્ન થતું નથી.
તમારે દારૂ પીવાનું વ્યસન હોય તો વિટામીન ડી ઓછું થાય.

જો તમારા શરીરમાં વિટામીન ડી પુરતા પ્રમાણમાં હોય તો તમે ખોરાકમાં લીધેલ કેલ્શ્યમ ૩૦ થી ૪૦ ટકા જેટલું એબસોર્બ થાય નહી તો લીધેલા કેલ્શ્યમના ફક્ત ૧૦ ટકા એબસોર્બ થાય એ રીતે બાળકોમાં 'રીકેટસ' અને મોટી ઉંમરે થતો 'ઓસ્ટોમેલેશીયા' થતો અટકે છે.

હવે આપણા દેશમાં અને પરદેશોમાં વિટામીન ડી પૂરતા પ્રમાણમાં લેવાથી હવે નાના બાળકોમાં રીકેટસ અને મોટી ઉંમરની વ્યક્તિઓ ઓસ્ટોમેલેશિયાના રોગના દરદીઓ ઓછા થઈ ગયા છે પણ 'ઓસ્ટીઓપોરોસીસ' (હાડકા પોલા થઈ જવા)ના રોગનું પ્રમાણ વધતું જાય છે.

જેમાં શરીરમાં વિટામીન ડીની ખામી એક જ કારણ નથી. થોડું વધારે સમજાવું. જો તમારા શરીરમાં વિટામીન ડીની ખામી હોય તો તમારા આંતરડા તમે શરીરમાં લીધેલું કેલ્શ્યમ એબસોર્બ ના કરી શકે. એટલે અનેક પ્રકારના હ્રદયના અને જ્ઞાનતંતુના પ્રોબ્લેમ થાય.

આવે વખતે તમારા શરીરની કમાલ જુઓ તે તમારી પેરાથાયરોઈડ ગ્રંથિમાંથી નીકળતો પેરાથાયરોઈડ હોર્મોન વધારે ઉત્પન્ન કરે જેને લીધે હાડકામાંથી જે કેલ્શ્યમથી હાડકા બને અને મજબુત રહે તે કેલ્શ્યમ નીકળે અને લોહીમાં કેલ્શ્યમનું લેવલ ઓછું ના થાય પણ હાડકા પોલા થાય.

તમારી ઈચ્છ આ બધી ગરબડ થાય તેમ ના હોય તો બજારમાં સપ્લીમેન્ટ તરીકે મળતા વિટામીન ડી ૬૦૦ થી ૮૦૦ ઈન્ટરનેશનલ યુનિટ (ઈ.યુ.) લેવાથી હાડકા પોલા નહિ થાય અને હ્રદય અનેજ્ઞાનતંતુનાપ્રોબ્લેમનહિથાય. જ્યારે દર્દીના કોઈ અંગનું કેન્સર થાય ત્યારે તે અંગના કોષ કોઈપણ જાતના અવરોધ વિના વધે છે.

વૈજ્ઞાનિકોએ પ્રયોગો કરી શોધી કાઢ્યું છે કે વિટામીન ડી શરીરના બધા જ અંગોના કોષની ઉત્પન્ન થવાની ક્રિયા (સેલ ગ્રોથ)નું નિયમન કરે છે. તે ઉપરાંત કેન્સરની ગાંઠ (ટ્યુમર)ને લોહી મળવાની ક્રિયા ધીમી પાડી બંધ કરી દે છે. વૈજ્ઞાનિકોએ આ જ રીતે આંતરડાના સ્તનના અને બીજા કેન્સરમાં પણ વિટામીન ડી મદદ કરે છે તે શોધી કાઢ્યું છે.

આ તમારે રોજ ૪૦૦ ઈ.યુ. જેટલું વિટામીન ડી. સપ્લીમેન્ટતરીકેલેવુંજોઈએ. જો વિટામીન ડી સપ્લીમેન્ટ તરીકે ૬૦૦ ઈ.યુ. જેટલું સમયસર લેવામાં આવે તો ખાસ કરીને સ્ત્રીઓમાં સ્નાયુ અને નર્વસ સીસ્ટમમાં ઘણો ફાયદો થાય છે જેથી તેઓમાં મોટી ઉંમરે પડી જવાથી થતાફ્રેક્ચરઅટકેછે.

મોટી ઉંમરના પુરુષો અને સ્ત્રીઓમાં કોઈ કારણ વગર થતા સ્નાયુ અને હાડકાના દુઃખાવામાં ૪૦૦ ઈ.યુ. વિટામીન ડી સપ્લીમેન્ટ તરીકે આપવાથી તરત ફાયદો થાય.

વૈજ્ઞાનિકોએ કરેલા છેલ્લા સંશોધનો પ્રમાણે જો તમારા શરીરમાં ૬૦૦ ઈ.યુ. જેટલું વિટામીન ડી રોજ લેવામાં આવે તો મોટી ઉંમરે બહેરા થવાની ક્રિયા ઓછી થઈ જાય છે કારણ તમારા કાનમાં રહેલા શરીરના સૌથી ઝીણા હાડકાનો ઘસારો વિટામીન ડી લેવાથી ઓછો થાય છે એટલે બહેરા થવાની ક્રિયા ધીમે થાય છે.

પ્રયોગોથી વૈજ્ઞાનિકોએ સિદ્ધ કર્યું છે કે, ૮૦૦ ઈ.યુ. વિટામીન ડી આપવાથી રોગ પ્રતિકારક શક્તિ વધે છે જેને લીધે ફેફસાની કાર્ય શક્તિ વધે છે જેને કારણે ફેફસાના સામાન્ય તેમજ ટી.બી. જેવા ચેપી રોગો સામે રક્ષણ મળે છે.

૨૦૦૦ના વર્ષ સુધી વૈજ્ઞાનિકો પુખ્ય વ્યક્તિની વિટામીન ડી ની રોજની જરૂરત (આર.ડી.એ.) ૨૦૦ ઈ.યુ. ગણતા હતા પણ જેમ જેમ નવા સંશોધનો થયા તે પ્રમાણે અત્યારે ૭૦ વર્ષ સુધી ૪૦૦ ઈ.યુ. અને ૭૦ વર્ષથી ઉપરની વ્યક્તિ માટે ૬૦૦ ઈ.યુ. જેટલું વિટામીન ડી જરૂરી છે.

જૂની અને જાણીતી રીત રોજ તમારા શરીરને સૂર્યના કોમળ તડકામાં ૨૦ મિનીટ બેસીને વિટામીન ડી લેવાની છે. તમારી રોજ જરૂરિયાત તેનાથી મળી જશે

સંદર્ભ :ફિટનેસ - મુકુંદ મહેતા

3

ખીચડીનો ઇતિહાસ જાણિએ

કાશ્મીરથી કન્યાકુમારી અને ગુજરાતથી બિહાર સુધી જુદા જુદા સ્વરૂપે ખીચડી ખવાય છે. કૂકરની ફક્ત ચાર સિટી વગાડીને જાતભાતની ખીચડી તૈયાર કરી શકાય છે.

એ રીતે એ દુનિયાની સૌથી ઝડપથી અને સરળતાથી તૈયાર થતી ડિશ છે. ખીચડીનો સૌથી મોટો ફાયદો એ છે કે, એ સ્વાદ પ્રમાણે રાંધી શકાય છે અને સ્વાદ પ્રમાણે તેની જયાફત ઉડાવી શકાય છે.

જેમ કે, આપણે ત્યાં બટાકાનું રસાવાળું શાક, કાંદા અને ભાખરી સાથે ધીમાં ચોળેલી ખીચડીનું જમણ ઘણું લોકપ્રિય છે. દૂધ, છાશ કે કઢી- જે પસંદ હોય તેની સાથે પણ ખીચડીનો લુત્ફ ઉઠાવી શકાય છે.

ખીચડીમાં વૈવિધ્ય પણ અપરંપાર છે. ખીચડી તુવેરની દાળ, મગની દાળ, ચણાની દાળ અને ફાડાની બની શકે છે. સ્પાઇસી અને હલકુંફૂલકું ખાવાની ઇચ્છ હોય તો કાંદા, લસણ, વટાણા, ટામેટા, બટાકા, રીંગણ કે કોબીજ જેવા શાકભાજી અને તેજાના નાંખીને રાંધેલી મસાલેદાર ખીચડી ઉત્તમ વિકલ્પ છે.

એ મસાલા નડે નહીં એ માટે ખીચડીમાં બે-પાંચ ચમચી દેશી ઘી નાંખવુ હિતાવહ છે. હવે તો ડ્રાયફ્રૂટ ખીચડી પણ અસ્તિત્વમાં આવી છે.

ગુજરાતીઓ ઉપવાસમાં પણ ખીચડી ખાય છે. સાબુદાણાની. દેશમાં સૌથી વધારે શાકાહારીઓ ગુજરાતમાં નથી. ભારત સરકારની રજિસ્ટ્રાર જનરલ એન્ડ સેન્સસ કમિશનર ઓફિસના આંકડા પ્રમાણે,

દેશમાં સૌથી વધારે, ૭૪.૯ ટકા શાકાહારીઓ, રાજસ્થાનમાં છે. હરિયાણામાં ૬૯.૨૫ ટકા અને પંજાબમાં ૬૬.૭૫ લોકો શાકાહારી છે, જ્યારે ગુજરાતની

•8•

૬૦.૯૫ ટકા પ્રજા શાકાહારી છે.

આમ, પંજાબ, હરિયાણા અને રાજસ્થાનમાં શાકાહારીઓ વધારે હોવા છતાં સેનામાં આ ત્રણેય રાજ્યના જવાનો સારી એવી સંખ્યામાં છે.

ખીચડીની ભાષા, ભાષામાં ખીચડી ભગવદ્ગોમંડલમાં ખીચડીના અનેક અર્થ આપ્યા છે. જેમ કે, એક જાતનો કરવેરો, નૃત્યાંગનાને અગાઉથી અપાતી રકમ, બેર નામના વૃક્ષનું ફૂલ, સોનાચાંદીનો જથ્થો જેવા અનેક અર્થો માટે એક સમયે 'ખીચડી' શબ્દનો ઉપયોગ થતો. ફાડાની ખીચડી એટલે ઘઉંના ફાડા અને મગની મોગર દાળમાંથી બનતી ખીચડી.

આ ખીચડી માટે પણ ગુજરાતી ભાષામાં અલગ નામ છે, 'દળિયો' અને 'થૂલી'. અનેક પ્રકારની બિમારીઓમાં થૂલી કે મગની દાળની સાદી ખીચડી ઉત્તમ આહાર છે.

કારણ કે, એ પચવામાં હલકી અને પોષકદ્રવ્યોની દૃષ્ટિએ સમૃદ્ધ છે. આયુર્વેદમાં પણ તેનો ઉલ્લેખ છે. બાળકને માતાના દૂધ પરથી સોલિડ ફૂડ પર લાવવાની શરૂઆત કરાય ત્યારે સૌથી પહેલાંખીચડીખવડાવાયછે.

ગુજરાતી રૂઢિપ્રયોગો અને કહેવતોમાં પણ ખીચડીની બોલબાલા છે. જેમ કે, વખાણેલી ખીચડી દાઢે ચોંટી અને ઘી ઢોળાયું તો ખીચડીમાં જ. આ સિવાય પણ અનેક કહેવતો છે. ખીચડી લેવી એટલે લાંચ-રૂશ્વત લેવી. ખીચડી પકાવવી એટલે ગોટાળો કરવો. મફતના પગાર-ભથ્થાં લઇને બેસી રહેનારી વ્યક્તિ 'ખીચડી ખાઇ રહી છે' એમ કહેવાય.

મોટા પંથમાં ભક્ત-ભક્તાણી છિનાળું કરે, વ્યભિચાર કરતા હોય ત્યારે પણ સાંકેતિક ભાષામાં 'ખીચડી ખાધી' જેવો પ્રયોગ કરાય છે. ખીચડી ખવડાવવી એટલે ભરણપોષણ કરવું. દાદાગીરી કરતા માણસ માટે પણ એક પ્રયોગ છે, બહુ ખીચડી ખદબદવી.વૈષ્ણવ સંપ્રદાયમાં અન્નકૂટમાં ખીચડીના પ્રસાદનું ખાસ મહત્ત્વ છે.

ભક્તોની સાથે ભગવાન 'ભાણેજ'ને જમવા તેડાવાય ત્યારે ખીચડી પીરસાય છે. આ ખીચડીને 'સખડી' પણ કહે છેતેલ, મીઠું, મરચું અને પાણીથી બનાવેલી વાનગીને સખડી કહેવાય. જેમ કે, ખીચડી. એવી જ રીતે, ફક્ત ઘી, લોટ, ગોળ અને ખાંડમાંથી બનતી વાનગી એટલે અનસખડી.

જેમ કે, થોર. અનસખડીમાં તેલ, મીઠું અને મરચું ના હોય. સખડી અને અનસખડીમાં આ ફર્ક છે. બંને પ્રકારની વાનગી માટે જુદા જુદા શબ્દો. સખડીની બીજી એક ખાસિયત એ છે કે, સખડી બનાવવા એકની ઉપર એક એમ સાત હાંડી મૂકાય છે.

રસપ્રદ વાત એ છે કે, સૌથી ઉપરની હાંડીની ખીચડી સૌથી પહેલા રંધાઈ જાય છે. ગુજરાત બહાર પણ ખીચડી એટલી જ લોકપ્રિય છે.

એવું કહી શકાય કે, ખીચડી સાંસ્કૃતિક રીતે આખા દેશને એક તંતુએ જોડે છે. કાશ્મીરથી શરૂ કરીએ. યક્ષ અમાવસ્ય કાશ્મીરી પંડિતોનો ખૂબ જાણીતો તહેવાર છે.

આ દિવસે પંડિતો યક્ષોના ભગવાન કુબેરને ખીચડીનો ભોગ ધરાવે છે. યક્ષ અમાસની રાત્રે કાશ્મીરી પંડિતો ખીચડી રાંધે છે, શુભ મંત્રોચ્ચાર કરીને થાળી તૈયાર કરે છે અને અગાશીમાં જઈને મૂકી આવે છે.

કાશ્મીરી પંડિતોની માન્યતા છે કે, યક્ષો અમારા ઘરે ખીચડી ખાવા પધારશે. કાશ્મીરમાં કદમ કા અચાર, બોલે તો, ગાંઠ ગોભી એટલે કે મૂળિયા સાથે ખાઈ શકાય એ પ્રકારની કોબીજના અથાણા સાથે ખીચડીની જયાફત ઉડાવાય છે.

હિમાચલ પ્રદેશમાં રાજમા અને ચણાની ખપત વધારે છે. એટલે અહીં ચોખા, રાજમા અને ચણાની દાળની શેકેલા ધાણાં, મેથી અને જીરુમાં વઘારેલી સુગંધીદાર ખીચડી લોકપ્રિય છે. તો રાજસ્થાનમાં ચોખા ઓછા પાકે છે એટલે ત્યાં ઘઉં, બાજરી અને મસૂરની દાળની ખીચડી ખવાય છે.

ઉત્તરપ્રદેશ, ઉત્તરાખંડ, બિહાર અને મધ્યપ્રદેશમાં મકરસંક્રાંતિના તહેવાર નિમિત્તે ચોખા અને અડદની ખીચડી ખવાય છે, જેને 'અમલ ખીચરી' પણ કહેવાય છે. કારણ કે, એ ખીચડીમાં આમળા નાંખવામાં આવે છે. આમળા દર્શાવે છે કે, ઠંડી હવે વિદાય લઈ રહી છે.

એ ખીચડીમાં અડદની હોય છે. અડદનો રંગ કાળો હોય છે, જેને છડયા પછી તે કાળો નથી રહેતો પણ આછો પીળાશ પડતો થઈ જાય છે. આ પીળાશ પડતો અડદ એટલે અડદની દાળ. ઉત્તર ભારતમાં તો મકરસંક્રાંતિનો તહેવાર જ 'ખીચરી' ના મેઓળખાય છે.

એવી જ રીતે, ગુજરાતમાં મકરસંક્રાંતિના તહેવારમાં ખીચડો રંધાય છે, ખીચડી નહીં. જોકે, આ પરંપરા ઉત્તર ભારતીયો સાથેના સાંસ્કૃતિક આદાનપ્રદાનમાંથી આવી છે! શબ્દો જેવી રીતે અપભ્રંશ થાય છે એવી જ રીતે, વાનગીઓ પણ જે તે વિસ્તારમાં જાય પછી ત્યાંની આગવી ઓળખ ધારણ કરી લે છે.

ખીચડો ઘઉં, ચોખા અને બધી જ દાળ ભેગી કરીને બનાવાય છે. ખીચડામાં તીખો અને ગળ્યો એમ બે વિકલ્પ હોય છે.

તેમાં ઘઉં, ચોખા, તુવેર-મગ અને ચણાની દાળ, મઠ, જુવાર એમ સાત પ્રકારના અનાજ-કઠોળ હોય છે, એટલે તે સાત ધાનનો ખીચડો પણ કહેવાય છે. ખીચડાનું મુખ્ય કન્ટેન્ટ ઘઉં છે, જ્યારે ખીચડીનું ચોખા.

ઉત્તર ભારતમાં પણ અનેક મંદિરોમાં ભગવાનને ખીચડીનો ભોગ ધરાવાય છે અને ભક્તોને ખીચડીનો પ્રસાદ અપાય છે. ઉત્તરપ્રદેશના બાબા ગોરખનાથ મંદિરમાં તો 'ખીચડી મેળો' ભરાય છે.

એવું કહેવાય છે કે, સદીઓ પહેલાં ગુરુ ગોરખનાથ હિમાચલના કાંગડામાં આવેલા જ્વાલા દેવી મંદિર માટે ખીચડીની ભિક્ષા લેવા આવ્યા હતા પણ ત્યાં જ સમાધિસ્થ થઈ ગયા. માન્યતા છે કે, આજેય જ્વાલા દેવી મંદિરમાં ગુરુ ગોરખનાથની રાહ જોવાઈ રહી છે કે, તેઓ ભિક્ષાપાત્રમાં ખીચડી લઈને આવશે.

એટલે હજારો શ્રદ્ધાળુઓ ગુરુ ગોરખનાથ મંદિરમાં ખીચડીનો ભોગ ધરાવે છે પણ એ ભિક્ષાપાત્ર ક્યારેય ભરાતું જ નથી. નેપાળના રાજવીઓ પણ અહીં દર વર્ષે ખીચડીનો ભોગ ધરાવે છે.

ખીચડી ઉત્તરથી લઈને દક્ષિણ સુધીની સાંસ્કૃતિક પરંપરાને જોડે છે. દક્ષિણ ભારતમાં તમિલનાડુ, કર્ણાટક, કેરળ, આંધ્રપ્રદેશ અને પુડ્ચેરીમાં પોંગલના તહેવાર નિમિત્તે ખીચડી ખવાય છે.

મકરસંક્રાંતિનો તહેવાર દક્ષિણ ભારતમાં પહોંચ્યા પછી પોંગલ થઈ ગયો.

પોંગલ પણ સૂર્ય મકર રાશિમાં પ્રવેશે ત્યારે ૧૪મીથી ૧૭મી જાન્યુઆરી દરમિયાન ઊજવાય છે. પોંગલમાં ચક્કર, વેન, મેલાગુ અને પૂલી એમ ચાર પ્રકારની ખીચડી રંધાય છે. આ ખીચડી દક્ષિણ ભારતમાં 'પોંગલ' નામે પ્રચલિત છે.

જરા વિચાર કરો. ઉત્તર ભારતમાં જે રીતે મકરસંક્રાંતિનો તહેવાર 'ખીચરી' નામે ઓળખાય છે એવી જ રીતે, દક્ષિણ ભારતમાં 'પોંગલ' નામે ઓળખાય છે. એટલે કે તહેવારના નામ પરથી જ વાનગીનું નામ અથવા વાનગીના નામ પરથી તહેવારનું નામ.

દક્ષિણ ભારતમાં એકાદ હજાર વર્ષથી પોંગલની ઉજવણી થતી હોવાના ઉલ્લેખો મળે છે. પોંગલ શબ્દ તમિલ ભાષાના 'પોંગ' કે તેલુગુના 'પોંગુ' શબ્દ પરથી આવ્યો છે.

પોંગનો અર્થ થાય છે બાફવું અને પોંગુનો અર્થ થાય છે ઉકાળવું. ચક્કર પોંગલ ચોખા, મગની દાળ, ગોળ અને ટોપરામાંથી બનાવાય છે, જેનો સ્વાદ ગળ્યો હોય છે.

દક્ષિણ ભારતના મંદિરોમાં ચક્કર પોંગલનો ભોગ ધરાવાય છે. વેન, મેગાલુ અને પૂલી પોંગલ આપણી ખીચડીની જેમ જ રંધાય છે, પણ દક્ષિણ ભારતના મસાલા, સાંભર અને ટોપરાની ચટણીના કારણે પોંગલ દક્ષિણ ભારતની યુનિક ડિશ બની જાય છે.

મહારાષ્ટ્ર, ગોવા અને કર્ણાટકનો ૭૨૦ કિલોમીટર લાંબો પટ્ટો કોંકણ તરીકે ઓળખાય છે.

આ આખા પટ્ટામાં પણ પોંગલની બોલબાલા છે. મહારાષ્ટ્રમાં વાલનું પુષ્કળ ઉત્પાદન થાય છે. આ કારણસર અહીં ચોખા, મગફળી, કાજુ, ટોપરું અને ટામેટાનો ઉપયોગ કરીને અત્યંત સ્વાદિષ્ટ અને પૌષ્ટિક 'વાલચી ખીચડી' પણ જાણીતી છે. પારસીઓ સદીઓ પહેલાં ગુજરાત અને પછી મહારાષ્ટ્રમાં આવીને વસ્યા હતા.

દરિયો તેમના જીવનનું અભિન્ન અંગ હતું એટલે તેઓ સદીઓથી ઝીંગા, માછલી કે ઇંડાના જુદા જુદા પ્રકારના સૂપ સાથે મસૂર કે તુવેરની દાળની સૂકી ખીચડી ખાય છે. દેશભરમાં પારસીઓની ખીચડી સૌથી અલગ પડે છે, જે તેમની જીભના આગવા સ્વાદને આભારી છે.

પશ્ચિમ બંગાળ અને ઓરિસ્સામાં પણ ખીચડી ખવાય છે, જેને બંગાળીમાં 'ખીચુરી' કહેવાય છે. બંગાળીઓ બડા સ્વાદથી ખીચડી આરોગે છે. બંગાળીઓ લીલા પાંદડાવાળા શાકભાજીમાંથી બનાવેલી કરી,

ડિપ ફ્રાય કરેલા શાકભાજીના ભજિયા અથવા હિલ્સા ફિશ સાથે ખીચુરીની મજા માણતા હોય છે. એની સાથે પાપડ અને અથાણું તો ખરું જ.

બંગાળીઓ દુર્ગા પૂજા વખતે દેવીને માંસ કે માછલીના ટુકડા નાંખીને બનાવેલી ઘીથી લથબથ ખીચુરીનો ભોગ ધરાવે છે. ઓરિસ્સામાં જગન્નાથપુરીના મંદિરમાં પણ સદીઓથી સાત હાંડીમાં રાંધેલી ખીચડીનો ભોગ ધરાવાય છે.

૧૪મી સદીમાં મોરોક્કોથી આવેલા ઇબ્ન બતુતાએ પણ ખીચડીનો ઉલ્લેખ કર્યો છે, એ જરા રસપ્રદ છે. બતુતાએ લખ્યું છે કે, '... અહીં મગને ચોખા સાથે ઉકાળીને, ઘીમાં નાંખીને ખવાય છે. તેને અહીંના લોકો કિશરી કહે છે.

તેઓ રોજ કિશરીનું વાળું કરે છે...' એ પછી મોગલ કાળના પ્રસિદ્ધ પુસ્તક 'આઇન એ અકબરી'માં પણ અબુ ફઝલે દિલ્હી સલ્તનતના રસોડામાં બનતી જાતભાતની ખીચડીના ઉલ્લેખ કર્યા છે.

આ પુસ્તકમાં અકબરને ખીચડીની બનાવટની કેટલી બારીક જાણકારી હતી એ પણ જાણવા મળે છે. મસાલેદાર ખીચડી જહાંગીરની પણ પસંદીદા ડિશ હતી.

આજે પણ હૈદરાબાદમાં અનેક પ્રકારની નોન-વેજ ખીચડી ખવાય છે, જેના પર મોગલ કાળની ખીચડીનો પ્રભાવ છે. હૈદરાબાદના નિઝામો થકી જ ખીચડી દક્ષિણ ભારતમાં પહોંચી હતી. મૈસૂરના રાજપરિવારોના મહેલોમાં પણ નિયમિત રીતે ખીચડી બનાવાતી હોવાના પુરાવા છે..

બ્રિટીશરો ભારત આવ્યા એ પછી ખીચડી જેવી 'કેજરી' નામની વાનગી અસ્તિત્વમાં આવી, જે આજેય બ્રિટનમાં ખવાય છે. આ કેજરી લોકપ્રિય થવાથી કિશરી, કિચેરી, કિયારી, કિચીરી અને કિયુરી જેવા અડધો ડઝન શબ્દો અસ્તિત્વમાં આવ્યા.

એટલું જ નહીં, ભૌગોલિક પ્રદેશો પ્રમાણે ઇંડા, માંસ અને જુદી જુદી માછલીમાંથી બનતી જાતભાતની ખીચડીનો પણ જન્મ થયો.

આજેય ઇજિપ્તની સૌથી લોકપ્રિય વાનગી 'કુશારી' છે, જે બિલકુલ આપણી ખીચડી જેવી છે. ટૂંકમાં, ભાષા, શબ્દોની જેમ વાનગીઓની પણ આવી રીતે ઉત્ક્રાંતિ થતી હોય છે.

સંદર્ભ : ફ્રેન્કલી સ્પીકિંગ - વિશાલ શાહ

4

શિક્ષણ માં માતૃભાષા નું મહત્વ

માતૃભાષાની મહત્તા માટે જાણીતા સાહિત્યકાર શ્રી ગુણવંતભાઈ શાહે ખૂબ જ સાચું તેમજ મજાનું સ્લોગન આપ્યું છે, 'માતાના ધાવણ પછીના ક્રમે માતૃભાષા આવે છે.' માતૃભાષામાં બાળક જ્ઞાનને ઝડપથી ઝીલે છે.

જાણીતા સાહિત્યકાર શ્રિ હેમશેખર શાહ જણાવે છે કે જે ભાષામાં બાળક ઊછર્યું હોય તે જ ભાષામાં ગ્રહણશક્તિ, સમજશક્તિ અને વિચારશક્તિ ખીલે છે. મગજ એક કમ્પ્યુટર છે. આ કમ્પ્યુટરની સહુથી વધુ બંધ બેસે તેવી ભાષા માતૃભાષા છે.ઘરમાં બોલાતી ભાષા એ જ શિક્ષણનું શ્રેષ્ઠ માધ્યમ બની શકે.

મનોવૈજ્ઞાનિકો, બાલમાનસશાસ્ત્રીઓ અને બાલરોગચિકિત્સકો પણ માને છે કે ઘર અને નિશાળની ભાષા જુદી પડે ત્યારે બાળક મૂંઝાય છે, મુરઝાય છે, લઘુતાગ્રન્થિનો ભોગ બને છે. ક્યારેક તો ઘેરી માનસિક હતાશાનો ભોગ બને છે.

તેનો બૌદ્ધિક વિકાસ પણ રુંધાય છે. બાળક માના ખોળામાં જેટલું ખીલે એટલું આયાના ખોળામાં ન ખીલે, એ સીધી સરળ વાત આજે અચાનક અઘરી કેમ બની ગઈ હશે ! અંગ્રેજી ગેસ્ટ ભાષા છે. માતૃભાષા બેસ્ટ ભાષા છે. મહેમાનની ઊંચી સરભરા ભલે કરો. પણ મમ્મી-પપ્પાને બહાર હાંકી કાઢીને મહેમાનને ઘરમાં સ્થાન ન જ અપાય.

મોરારિબાપુ કહે છે : અંગ્રેજી કામની ભાષા છે. તેથી તેની પાસેથી કામવાળીની જેમ કામ લેવાય, ગૃહિણીનું સ્થાન ન અપાય. જાપાન અને જર્મનીમાં સર્વેક્ષણો થયા છે. તેના તારણોમાં જણાયું છે કે, માતૃભાષાના માધ્યમમમાં ભણનારની સ્ટ્રેસ કેપેસિટી વધારે હોય છે, જે તેને જીંદગીના બધા પડકારો ઝીલવા માટે સક્ષમ બનાવેછે.

અંગ્રેજી ભાષાનો વધુ ને વધુ પ્રચાર કરવા માટે ચીનનું ઉદાહરણ આપવામાં આવે છે કે આજે ચીનમાં પણ લોકો અંગ્રેજી બોલતા શીખી રહ્યા છે. પણ ચીનમાં સમાન સ્કૂલ વ્યવસ્થા રચાઈ છે તેનો ઉલ્લેખ કરવામાં આવતો નથી. ચીન જે સફળતાએ પહોંચ્યો છે તેના પરથી આજે એ પણ માને છે કે શિક્ષણ માતૃભાષામાં દેવું જોઈએ.ઈઝરાયલ કે જે આપણા દેશના દસમાં ભાગમાં પણ નથી આવતો તેવો આ દેશ વિજ્ઞાનના ક્ષેત્રમાં આપણાથી ઘણો આગળ છે.

તેમજ આપણાથી દસ ગણા વધુ નોબેલ પુરસ્કારો પણ મેળવ્યા છે. તેનું કારણ માત્ર એ જ છે કે તે દેશના બાળકો માતૃભાષામાં શિક્ષણ મેળવે છે. તે જ રીતે રશિયા, ફ્રાંસ, ચીન, જર્મની દેશોમાં એમની જ માતૃભાષામાં શિક્ષણ આપવામાં આવે છે અને કોઈ પણ દેશ પ્રગતિમાં પાછા નથી રહ્યા.

ચંદ્રકાન્ત બક્ષીએ એક જગ્યાએ લખ્યું છે કે, જગતમાં કોઈ અક્કલવાળી પ્રજા બાળકને પહેલો કક્કો માતૃભાષા સિવાયનો શીખવતી નથી.વિચાર, સ્વપ્ન, લાગણી, રુદન અને ક્રોધ જેવા આવેગો જે ભાષામાં રજૂ થાય, તે શિક્ષણનું શ્રેષ્ઠ માધ્યમ ગણાય.

શ્રી હેમશેખર શાહ જણાવે છે કે EFA Global Monitoring Report-2005 The Quality Imperative માટે સ્વીડનની સ્ટોકહોમ યુનિવર્સિટીના ડો. કેરોલ બેન્સને પોતે હાથ ધરેલા એક વિસ્તૃત અભ્યાસનો અહેવાલ રજૂ કર્યો હતો. તેમના અભ્યાસનો વિષય હતો : "The importance of mother tongue-based schooling for educational quality" – તેમણે વિશ્વના વિવિધ ભાગોમાં ૧૯૭૦થી માંડીને થયેલા અનેક સર્વેક્ષણો અને અભ્યાસોને, સંદર્ભોને પોતાના શોધલેખમાં ટાંક્યા છે.

આ શોધલેખમાં રજૂ થયેલી વિગતો અને તારણો ખૂબ રસપ્રદ છે.માતૃભાષામાં પ્રાથમિક શિક્ષણ એ માત્ર શક્ય કે સફળ જ નથી. પરંતુ અંગ્રેજી માધ્યમના ભણતર કરતાં તેનાથી ખૂબ સારા પરિણામો દેખાયા છે. માતૃભાષામાં પ્રાથમિક શિક્ષણ લેનાર વિદ્યાર્થીઓની બીજી ભાષા અંગ્રેજી પણ ખૂબ સારી હોય છે.

માતૃભાષાના સહારાથી તેમને તે બીજી ભાષામાં પણ ખૂબ સારી ફાવટ આવી જાય છે. બન્ને ભાષામાં તે વિદ્યાર્થી પાવરધો બને છે.વિદ્યાર્થી માતૃભાષામાં વર્ગની દરેક પ્રવૃતિમાં ખૂબ ઉત્સાહથી ભાગ લે છે. અભિવ્યક્તિ ખૂલે છે અને પ્રતિભા બહાર આવે છે. માતૃભાષાને કારણે બાળકો વિશેષ પ્રોત્સાહિત થાય છે.

પોતાના જ્ઞાન અને અનુભવને નિઃસંકોચ રજૂ કરવાની બાળકને તક મળે છે.દરેક પ્રજાને પોતાની ભાષા અને સંસ્કૃતિ માટે સ્વાભાવિક લગાવ અને લાગણી હોય છે. માતૃભાષાના માધ્યમને કારણે શાળાના વર્ગમાં સાંસ્કૃતિક

મૂલ્યોને સ્થાન મળવાથી બાળકનાવાલીઓખૂબસંતોષપામેછે.

માતૃભાષામાં શિક્ષણ આપવાને કારણે વાલીઓ શાળાની વિવિધ બાબતોમાં વિશેષ રસ લેતા થાય છે. પોતાની ભાષામાં વાત કરવાની છૂટ મળવાથી વાલીઓ શાળાના શિક્ષકો સાથે વિશેષ સંપર્કમાં આવે છે. વાલીઓના શિક્ષકો અને શાળા સાથે બંધાતો નાતો બાળકોના લાભ માટે થાય છે.

પ્રાથમિક શિક્ષણ માતૃભાષામાં આપવાથી ભણવામાં બાળાઓને રસ અને ઉત્સાહ ખૂબ વધે છે. અધવચ્ચે અભ્યાસ છોડી દેવાની ટકાવારીમાં ખૂબ ઘટાડો નોંધાયો છે.વર્ગમાં પ્રશ્નો પૂછવાની અને જવાબ આપવાની હિંમત બાળકમાં ખૂલે છે.

શ્રી પટનાયકના સર્વેક્ષણનો સંદર્ભ ટાંકીને ડૉ. કેરોલ બેન્સને ભારતની પણ વાત કરી છે. ભારતમાં ત્રણ ભાષા ભણાવવામાં આવે છે. પ્રાદેશિક ભાષા, રાષ્ટ્રભાષા-હિન્દી અને આંતરરાષ્ટ્રીય ભાષા-અંગ્રેજિ. જે વિદ્યાર્થીની પ્રાદેશિક ભાષા માતૃભાષા નથી તેવા વિદ્યાર્થીઓ ખૂબ તકલીફ અનુભવે છે.

આપણા દેશની વિવિધ ક્ષેત્રની ઉચ્ચ પ્રતિભા સંપન્ન વ્યક્તિઓની જીવનકથા વાંચો. મોટેભાગે તે બધાએ પ્રાથમિક શિક્ષણ માતૃભાષામાં જ લીધું છે.'ગીતાંજલિ' કાવ્યસંગ્રહ માટે નોબલપ્રાઈઝ પ્રાપ્ત કરનાર રવીન્દ્રનાથ ટાગોર અને અર્થશાસ્ત્ર માટે નોબલ પુરસ્કાર પ્રાપ્ત કરનાર અમર્ત્યસેન માતૃભાષા બંગાળીમાં ભણ્યા હતા.

અંગ્રેજિ ભાષા સાથે જોડાવાથી પશ્ચિમી સંસ્કૃતિના આંધળા અનુકરણમાં ખૂબ વૃદ્ધિ થઈ શકે છે અને તેની સાથે જ આપણી મહાન સંસ્કૃતિ ક્ષતિ પામે છે.વિજ્ઞાનક્ષેત્રે નોબલ પુરસ્કાર જિતનાર સી.વી.રામને પ્રાથમિક શિક્ષણ માતૃભાષામાં લીધું હતું. વિખ્યાત અણુવિજ્ઞાની અને ભૂતપૂર્વ રાષ્ટ્રપતિ અબ્દુલ કલામ પોતાની માતૃભાષામાં ભણ્યા હતા.

પદ્મશ્રી, પદ્મભૂષણ, મહારાષ્ટ્રભૂષણ વગેરે અનેક ખિતાબો, એવોર્ડ્સ અને ઈનામો પ્રાપ્ત કરનાર, સાયન્સ અને એન્જીન્યરિંગના વિષયમાં ૨૫ જેટલી યુનિવર્સિટીઓમાંથી જેમણે ડોક્ટરેટ કરેલું છે. અરૂણભાઈ ગાંધી તાતા કંપનીના ડિરેક્ટર અને વ્યવસાયે ચાર્ટર્ડ અકાઉન્ટન્ટ છે. રતન તાતાના જમણો હાથ સમા અરૂણભાઈએ બાબુ અમીચંદ પન્નાલાલ સ્કૂલમાં એસ.એસ.સી. સુધીનો અભ્યાસ ગુજરાતી માધ્યમમાં કર્યો હતો.

અવકાશયાત્રા દરમ્યાન પોતાનો જાન ગુમાવનાર અને વિશ્વભરમાં પોતાનું નામ રોશન કરનાર કલ્પના ચાવલાએ ગુજરાતી માધ્યમમાં અભ્યાસ કર્યો હતો. સ્વતંત્ર ભારતના બંધારણના ઘડવૈયા તરીકે જે ઓળખાય છે તે બાબાસાહેબ આંબેડકરે શિક્ષણ માતૃભાષામાં લીધું હતું.

રાષ્ટ્રપિતા મહાત્મા ગાંધી પોરબંદરની શાળામાં ગુજરાતી ભણ્યા હતા. ગાંધીજીએ લખ્યું છે : માતાના ધાવણ સાથે જે સંસ્કાર અને જે મધુર શબ્દો મળે છે, તેની અને શાળાની વચ્ચે જે અનુસંધાન હોવું જોઈએ તે પરભાષા મારફત કેળવણી લેવામાં તૂટે છે. માતૃભાષાનો જે અનાદર આપણે કરી રહ્યા છીએ તેનું ભારે પ્રાયશ્ચિત આપણે કરવું પડશે.ઉદ્યોગપતિ ધીરુભાઈ અંબાણીએ મજેવડીની ગુજરાતી શાળામાં પોતાનું પ્રાથમિક શિક્ષણ લીધું હતું.

મોટા ઉદ્યોગપતિ, સમર્થ અગ્રણી અને વિચક્ષણ બુદ્ધિપ્રતિભાના ધારક શેઠ શ્રી કસ્તુરભાઈ લાલભાઈ ગુજરાતી માધ્યમમાં ભણ્યા હતા. શ્રી હેમશેખર શાહ જણાવે છે કે મગજના કમ્પ્યુટરની ભાષા માતૃભાષા છે. તેથી અન્ય ભાષાના શબ્દો કે વાક્ય પ્રયોગોનું પહેલા આ કમ્પ્યુટર માતૃભાષામાં રૂપાંતર કરશે.

પછી, વિષયવસ્તુને સમજવા માટે મગજનો ઉપયોગ કરશે. તેની મગજની ઘણી બધી શક્તિ તો ભાષાંતરનો વ્યર્થ વ્યાયામ કરવામાં જ વપરાઈ જશે. માતૃભાષા ભણનાર બાળકના મગજની પૂરી શક્તિ વિષયવસ્તુને સમજવામાં વપરાય છે. માતૃભાષામાં શિક્ષણ લેનાર બાળકો વધુ હોંશિયાર હોય છે,

તેનું આ રહસ્ય છે.પ્રાથમિક શિક્ષણ સુધી માતૃભાષાનો પાયો મજબૂત કર્યા બાદ વિદ્યાર્થીને અંગ્રેજી ભાષાનો સંપર્ક થાય અને પછી જ તે અંગ્રેજી ભાષા શીખે તો વિષયોની જેમ અંગ્રેજી ઉપર પણ તેનું ખૂબ પ્રભુત્વ આવે છે. અભિવ્યક્તિનું અને ગ્રહણ તથા સમજણ માટેનું શ્રેષ્ઠ માધ્યમ માતૃભાષા જ છે.

મહાવીર સ્વામી લોકભાષા પ્રાકૃતમાં જ ધર્મદેશના આપતા હતા.સંત તુલસીદાસે રામચરિત માનસની રચના લોકભાષા અવધીમાં કરી. સંત જ્ઞાનેશ્વરે 'જ્ઞાનેશ્વરી' મરાઠીમાં રચ્યું.

એક સરેરાશ અંગ્રેજ કરતાં મહાત્મા ગાંધીનું અંગ્રેજી વધારે સારું હતું. તે છતાં પોતાની આત્મકથા 'સત્યના પ્રયોગો' તેમણે માતૃભાષા ગુજરાતીમાં લખી.માતૃભાષા દરવાજા જેવી છે, અંગ્રેજી ભાષાને બારી કહી શકાય. બારી બહાર ડોકિયું કરવા કામ લાગી શકે.

આવન-જાવન તો દરવાજા દ્વારા જ થઈ શકે !બેબીફૂડની જાહેરાત ગમે તેટલી આકર્ષક કેમ ન હોય, પણ સમગ્ર સંસાર એ વાત જાણે છે કે મા ના દૂધની બરાબરી કોઈ જ બેબીફૂડ કરી શકે નહીં. બસ, આટલો જ ભેદ માતૃભાષા અને અન્ય ભાષા વચ્ચે છે.

માણસે માણવું હોય, મહોરવું હોય, ખીલવું હોય, સર્જનાત્મક બનવું હોય તો જીવનરૂપી ક્યારીમાં માટી તો માતૃભાષારૂપી જ હોવી જોઈએ. જાણીતા સાહિત્યકાર વિનોબા ભાવે જણાવે છે કે શિક્ષણની બાબતમાં એક પ્રશ્ન ભારતમાં ભારે વિચિત્ર પુછાય છે. મને લાગે છે કે આવો પ્રશ્ન દુનિયા આખીમાં બીજે ક્યાંય

નહીં પુછતો હોય.

આપણે ત્યાં હજીયે પુછાય છે કે શિક્ષણનું માધ્યમ શું હોય ? શિક્ષણ માતૃભાષા દ્વારા અપાય કે અંગ્રેજી માધ્યમ દ્વારા ? આ સવાલ જ વિચિત્ર લાગે છે ! આમાં વળી પૂછવાનું શું છે ? આમાં બે મત હોય જ શી રીતે, ગધેડાના બચ્ચાને પૂછવામાં આવે કે તને ગધેડાની ભાષામાં જ્ઞાન આપવું જોઈએ કે સિંહની ભાષામાં, તો એ શું કહેશે ? એ કહેશે કે સિંહની ભાષા ગમે તેટલી સારી હોય, મને તો ગધેડાની ભાષા જ સમજાશે,

સિંહની નહીં. એ તો દીવા જેવું સ્પષ્ટ છે કે મનુષ્યનું હૃદય ગ્રહણ કરી શકે એવી ભાષા માતૃભાષા જ છે અને તેના દ્વારા જ શિક્ષણ અપાય. આમાં શંકાને કોઈ સ્થાન નથી. દુનિયામાં એવો બીજો કોઈ દેશ નથી કે જ્યાં શિક્ષણનું માધ્યમ માતૃભાષા નહીં અને બીજી કોઈ ભાષા હોય ! જરા ફ્રાન્સમાં કે જર્મનીમાં કે રશિયામાં જઈને કહો તો ખરા કે તમને તમારી માતૃભાષા દ્વારા નહીં અંગ્રેજી માધ્યમ દ્વારા શિક્ષણ અપાશે ! તમને સાવ મૂર્ખ ગણીને તમારી વાતને હસી કાઢશે ! કૃષ્ણે સાંદીપનિના આશ્રમમાં રહીને વિદ્યા પ્રાપ્ત કરી. પછી ઘરે પાછા ફરતા હતા, ત્યારે ગુરુએ કહ્યું : 'વર માંગો !' કૃષ્ણે માંગ્યું – 'માતૃ હસ્તેન ભોજનમ' એટલે કે મરતાં સુધી મને માતાના હાથનું ભોજન મળે.

હું વિચાર કરું છું કે તે બાળકોની શી વલે થતી હશે, જેમને ક્યારેય માના હાથનું ભોજન ખાવાનું ભાગ્ય સાંપડતું નથી ! ક્યાંક હોટલમાં ખાય છે કે ક્યાંક ભોજનાલયમાં. માના ભોજનમાં માત્ર રોટલો જ નથી હોતો, પ્રેમ પણ હોય છે. એટલા વાસ્તે જ કૃષ્ણે 'માતૃહસ્તેન ભોજનમ' એવો વર માંગ્યો.

એવી જ રીતે હું એવું માંગું કે, 'માતૃમુખેન શિક્ષણમ' એટલે કે માતાને મુખેથી શિક્ષણ મળે. અને એ જ વાત માતૃભાષાને લાગુ પડે છે. બાળકને પોતાની માતૃભાષામાં જ શિક્ષણ મળવું જોઈએ.

શિક્ષણનું માધ્યમ તો માતૃભાષા જ હોય. માતૃભાષા દ્વારા જ પહેલેથી છેવટ સુધી બધું શિક્ષણ આપવું જોઈએ. શિક્ષણ માટે અંગ્રેજી માધ્યમની વાત કરવી, એ સો ટકા મૂર્ખામી છે. પહેલેથી લઈને છેલ્લે સુધી શિક્ષણનું માધ્યમ માતૃભાષા જ હોવું જોઈએ. હા, વિજ્ઞાનની પરિભાષા બાબતમાં આપણી ભાષાઓમાં થોડી ઘણી મુશ્કેલી જરૂર પડે.

પરિભાષા તો જેમ જેમ ખેડાણ થતું જાય તેમ તેમ ધીરેધીરે ઊભી થતી જશે. ત્યાં સુધી અંગ્રેજી શબ્દો ચાલશે. આપણી ભાષાઓ ઘણી વિકસિત ભાષાઓ છે અને હજી આગળ વધુ વિકસિત થતી રહેશે. હા, એ વાત ખરી કે આપણી ભાષાઓમાં જોઈએ તેટલી વિજ્ઞાનની વાતો નથી.

પરંતુ એમ જોવા જઈએ તો આ આધુનિક વિજ્ઞાનનું સાહિત્ય કેટલાં વરસનું ? બહુ-બહુ તો સો-બસો વરસનું. અને તે બધું ખેડાણ અત્યાર સુધી આપણી ભાષાઓમાં થયું ન હોવાથી આજને તબક્કે વિજ્ઞાનનું સાહિત્ય અંગ્રેજીમાં વધારે છે. પરંતુ જેમ જેમ આપણી ભાષાઓમાં પણ વિજ્ઞાનનું ખેડાણ થતું જશે,

તેમ તેમ વિજ્ઞાનની બાબતમાંયે આપણી બધી ભાષાઓનો અવશ્ય વિકાસ થશે. આમાં કોઈ શક નથી. આ વસ્તુને જ જરા બીજી દષ્ટિએ જોઈએ. આ હકીકત છે કે વિજ્ઞાનનું ખેડાણ અત્યાર સુધી આપણે ત્યાં વિશેષ ન થયું હોવાથી એ શબ્દો અને એ પરિભાષા આપણી ભાષાઓમાં આજે નથી. પરંતુ તેવી જ સ્થિતિ અંગ્રેજી ભાષાની બીજાં ક્ષેત્રોમાં છે.

દાખલા તરીકે અધ્યાત્મનું ખેડાણ આપણે ત્યાં થયું છે, તેટલું ત્યાં નથી થયું. એટલે તે અંગેના શબ્દો અંગ્રેજીમાં ઓછા જ મળે છે. જુઓ ને, અંગ્રેજીમાં 'માઈન્ડ' શબ્દ છે. તેનો એક સીમિત અર્થ છે. પરંતુ આપણે ત્યાં તો કેટલી વિવિધ અર્થછાયાના શબ્દો છે ! મન, બુદ્ધિ, ચિત્ત, અહંકાર, અંત:કરણ; કેમ કે આપણે ત્યાં અધ્યાત્મનું ક્ષેત્ર ઘણું બધું ખેડાયેલું છે અને દરેક બાબતનો ઘણો સૂક્ષ્મ વિચાર થયેલો છે.

એટલે વિવિધ અર્થછાયાના અનેક શબ્દો આપણી ભાષાઓમાં બનેલા છે. તેવા શબ્દો અધ્યાત્મના ક્ષેત્રમાં તમને અંગ્રેજીમાં નહીં જડે. ટૂંકમાં, વિજ્ઞાનના ક્ષેત્રે આપણી ભાષાઓમાં અત્યારે પૂરતા શબ્દો ન હોય, તેટલા માત્રથી આપણી ભાષાઓ પૂરતી સમર્થ નથી, એમ માનવું બિલકુલ અવાસ્તવિક છે.

તે નર્યો ભ્રમ છે. લગભગ દોઢસો વરસ સુધી આપણે ત્યાં અંગ્રેજી-અંગ્રેજી ચાલ્યું. પરંતુ તે દરમ્યાન એવા કેટલા ભારતીય લેખકો નીકળ્યા, જેમનું અંગ્રેજી સાહિત્ય દુનિયામાં ચાલ્યું ? સરોજિની નાયડુ નીકળ્યાં, જેમણે અંગ્રેજીમાં કવિતા લખી. પંડિત નહેરુ નીકળ્યા, જેમને ઉર્દૂ ને હિંદી કરતાં અંગ્રેજી ઘણું સારું આવડતું હતું.

રવીન્દ્રનાથ ઠાકુરનું સાહિત્ય દુનિયામાં ગયું. શ્રી અરવિંદનું ગયું. કદાચ બે-પાંચ બીજા હશે. આપણે શા માટે અંગ્રેજી શીખવું છે ? શું અંગ્રેજીમાં કવિતા કરવી છે ? અંગ્રેજીમાં સાહિત્ય રચવું છે ? કે થોડી માહિતી મેળવવી છે ? થોડું જ્ઞાન મેળવવું છે ? થોડો વહેવાર ચલાવવો છે ? એક વાર આપણા મનમાં જો આટલી સ્પષ્ટતા થઈ જશે, તો અંગ્રેજી શિક્ષણ વિશેની આપણી અપેક્ષા પણ વિવેકપૂર્વકની રહેશે.

ઘણા લોકોને એમ લાગે છે કે અંગ્રેજી વગર શિક્ષણ અધૂરું રહી જશે, કારણ કે દુનિયાને માટે તે એક 'વિન્ડો' છે, બારી છે. આ વાતમાં કાંઈક તથ્ય છે, તેની ના નહીં. પરંતુ મારું કહેવું એમ છે કે તે 'એક' બારી છે. બુદ્ધિશાળી લોકો પોતાના

ઘરમાં માત્ર એક બારી નથી રાખતા, ચારે દિશામાં અલગ અલગ બારી રાખે છે.

તો જ ચારેય બાજુનું દર્શન થાય છે. એક જ બારી હમેશાં એક જ બાજુનું દર્શન કરાવશે. અને તે એકાંગી દર્શન હશે. એવી રીતે તમે જો માત્ર અંગ્રેજીની એક જ બારી રાખશો, તો સર્વાંગી દર્શન નહીં થાય, બીજું એ પણ સમજવાનું છે કે અંગ્રેજી આવડ્યું એટલે દુનિયાભરમાં સહેલાઈથી ફરી શકાશે, એવો ખ્યાલ પણ સાવ ખોટો છે.

અંગ્રેજી દુનિયા આખીની ભાષા છે, તે નર્યો ભ્રમ છે. દુનિયા અંગ્રેજી કરતાં ઘણી મોટી છે. અંગ્રેજી જાણનારાઓની સંખ્યા દુનિયામાં અમુક અબજ હશે અને દુનિયાની વસ્તી અબજોમાં છે. આના પરથી ખ્યાલમાં આવશે કે દુનિયામાં એવા ઘણા પ્રદેશો છે, જ્યાં અંગ્રેજીના આધારે કામ નહીં ચાલે.

તેથી દુનિયા સાથેના સંબંધ માટે આપણને સરસ અંગ્રેજી આવડવું જોઈએ, એવા ખ્યાલમાંથીયે હવે છૂટી જવું જોઈએ. તે તદ્દન ખોટો ખ્યાલ છે, નર્યો ભ્રમ છે. બીજા દેશો કોઈ આવા ભ્રમમાં નથી.

આ તો ગુલામીના માનસનું જ સૂચક છે. પરદેશીઓ સાથે એમની ભાષામાં વાત કરવાની અપેક્ષા રાખવી, એ પોતાની શક્તિને કુંઠિત કરવા બરાબર છે. ચાઉ-એન-લાઈ અહીં આવ્યા હતા. તેઓ એક શબ્દ પણ અંગ્રેજીમાં ન બોલ્યા. બધું ચીની ભાષામાં જ બોલ્યા. ત્યાં સુધી કે એમણે ભારતને જે સંદેશો આપ્યો, તે પણ ચીની ભાષામાં જ આપ્યો.

રશિયાના બુલ્ગાનિનને પણ અહીં અંગ્રેજીમાં વ્યાખ્યાન નહોતું આપ્યું. એ બધા આપણે ત્યાં આવેલા, ત્યારે પોતપોતાની માતૃભાષામાં જ બોલેલા. તો પછી આપણે પણ દુનિયા સાથે આપણી ભાષામાં વહેવાર શું કામ ન કરી શકીએ ? ટૂંકમાં, સમજવું જોઈએ કે અંગ્રેજીનું સ્થાન ભલે દુનિયામાં મોટું હોય, પરંતુ દુનિયા અંગ્રેજી કરતાંયે ઘણી મોટી છે. માટે આપણે શિક્ષણમાં અંગ્રેજીના ઉચિત સ્થાન વિશે સ્વસ્થતાથી વિવેકપૂર્વક વિચાર કરવો જોઈએ. અંગ્રેજીને વધુ પડતું મહત્ત્વ આપી દઈને શિક્ષણના આપણા સમગ્ર આયોજનમાં ખલેલ પડવા દેવી જોઈએ નહીં. અંગ્રેજીને સ્થાન હોય, પણ તે પ્રમાણસરનું જ.

સંદર્ભ: ૧.'વિસરાતી જતી ગુજરાતી ભાષા અંગ્રેજી શિક્ષણની મર્યાદાઓ અને આડઅસરો પુસ્તક:હેમશેખર શાહ. ૨.શિક્ષણ-વિચાર પુસ્તક-વિનોબા ભાવે

5
મુલતાની માટીનો ઘણો ફાયદો

ચામડી પર પડેલાં કાળાં ફૂંડાળાં કે કાળા ડાધા માટે મુલતાની માટીમાં ટામેટાનો રસ અડધો અડધ નાખીને પ્રયોમાટી, હા, સાવ નકામી લાગતી માટી પણ સૌંદર્ય માટે ઉપકારક તત્ત્વ બની શકે છે,

તે તમે જાણો છો? સ્કીન કેર પ્રત્યે થોડી ઘણી ચીવટ રાખનારાઓ પણ 'મુલતાની માટી'ને બહુ સારી રીતે જાણે છે. બ્યુટી પાર્લરો સુધ્ધામાંતેનોખૂબઉપયોગથઈરહ્યોછે

બ્યુટી પાર્લર ચલાવતાં સંચાલકોના મતે મુલતાની માટી વધુ અનુકૂળ થઈ રહી છે. તેનો પ્રયોગ કરતાં પહેલાં આખી રાત પલાળી રાખવી જોઈએ. માટીમાં સાદા પાણી સાથે ગુલાબજળ નાખીને થોડા સમય વાસણમાં ઘૂંટવી જોઈએ.

પછી તેનો આંખો અને હોઠને બાદ કરતાં પૂરા શરીર ઉપર લેપ લગાવવો જોઈએ. તેમ કરવાથી ચામડી કોમલ અને તાજી તાજી લાગે છે. અડધો કલાક પછી માટીને ધોઈ નાખવી જોઈએ અથવા તો સવારના તડકો ના લાગે એ રીતે બહાર ફરી આવીને માટી ધોવામાં આવે તો ચામડીને ઠંડક મળે છે. ચામડીમાં એક નવી તાઝગી આવી જાય છે.

ચામડી પર પડેલાં કાળાં ફૂંડાળાં કે કાળા ડાધા માટે મુલતાની માટીમાં ટામેટાનો રસ અડધો અડધ નાખીને પ્રયોગ કરવામાં આવે તો અઠવાડિયામાં જ ડાધ દૂર કરી શકાય છે.

બ્યુટી પાર્લરમાં આ રીતે જ ટ્રીટમેન્ટ આપવામાંઆવેછે.મુલતાની માટીની સાથે દહીં અને લીંબુનો રસ મેળવીને ચહેરા પર લગાવવાથી સૂકી ચામડીનો ઘણો ફાયદો કરી આપે છે.

વાળ માટેની સુંદર પેસ્ટ બનાવીને વાપરી શકાય છે. મુલતાની માટી, કાળી માટી, આંબળા, શિકાકાઈ, અરીઠા અને લીંબડાની છાલનો સપ્રમાણ પાઉડર લઈને પાણી સાથે મેળવી પેસ્ટ બનાવીને વાળમાં અઠવાડિયામાં બે વાર લગાવવામાં આવે તો વાળ મજબૂત, સ્વસ્થ, સુંદર કાળા અને ચમકદાર બની જાય છે.

આવા અનેક વ્યક્તિઓ પર પ્રયોગ કરવામાં આવ્યા છે. આ પ્રયોગ નિયમિત ચાલુ રાખવાથી વાળ સફેદ થતા નથી એમ બ્યુટી પાર્લર ચલાવતી ઘણી મહિલાઓના અનુભવો છે.

ચામડીના ડાઘ અને ધબ્બા દૂર કરવા માટે મુલતાની માટી, ચણાનો લોટ, બદામનું તેલ, લીંબુનો રસ, થોડી હળદર મેળવીને લગાવવાના ઘણા પ્રયોગો કરવામાં આવતાં ઘણી સફળતા મળી છે. માત્ર મુલતાની માટી અને લીંબુનો રસ મેળવીને લગાવવાથી પણ સારાં પરિણામો મહિલાઓએ મેળવ્યા છે.

કાળી ચામડીને સુંદર બનાવવાનો એક પ્રયોગ વર્ણવતા બ્યુટીશિયને જણાવ્યું હતું કે બે ચમચા મુલતાની માટી, એક ચમચો ચણાનો લોટ, એક ચમચો સરસિયુ તેલ, ચાર ચમચા દ્રધીનો રસ, એક ચપટી હળદર મેળવીને પેસ્ટ બનાવી રાખ્યા બાદ શરીર પર લગાવવાથી શરીરની ચામડીના ઊંડાણ સુધી અસર કરે છે.

અને કાળી ચામડીને ઊજળો વાન બનાવે છે. ચહેરાના ખીલ મટાડવા માટે ઉત્તમ માર્ગ પણ પીળી માટીનો છે. તુલસી અને ફુદીનાનો પાઉડર એમાં મેળવીને ચહેરા પર લગાવવાથી ખીલ દૂર થાય છે. માટી અને લીમડાના પાનનો પાઉડર મેળવીને અલગ પેસ્ટ બનાવી શકાય છે.

તેલવાળી ચામડીને સરળ બનાવવા માટેનો પ્રયોગ વર્ણવતાં બ્યુટીશિયને જણાવ્યું હતું કે મુલતાની માટી અને માટીથી અડધો સંતરાનો રસ મેળવીને ચહેરા પર લગાવવો. મુલતાની માટી ચંદનનો પાઉડર અને ગુલાબજળ ચહેરાના રોગો મટાડે છે.

ચહેરાની ચમક માટે ફુદીનો, કાકડી ઘણા મદદરૂપ થાય છે. માટીમાંથી ફેસપેક પણ બને છે. ચંદન પાઉડર અને લવિંગનો ભૂકો નાખીને બનાવેલી પેસ્ટ ખીલ મટાડે છે. કોમળ ચામડી માટે માટીમાં સંતરાની છાલને જ્યુસરમાં પીલીને નાખવી જોઈએ. માટીથી ખોડો દૂર કરી શકાય છે.

પ્રકૃતિ તરફથી મળેલી સુંદરતા અમૂલ્ય ભેટ બરાબર છે અને આ સુંદરતાને જાળવી રાખવાની જવાબદારી આપણી બધાની છે અને આ સાવચેતી, કાળજી રાખવાની કામગીરી પણ કંઈ ઓછી મહેનત માંગે એવી નથી.

આ ખૂબ મહત્ત્વપૂર્ણ કામ છે. પ્રકૃતિ તરફથી પ્રાપ્ત થયેલી ચીજ આપણા સૌંદર્યની રક્ષા કરે છે. પણ શરત માત્ર એટલી હોય છે કે તમને એમનો બરાબર ઉપયોગ કરતાં આવડવો જોઈએ. જો એનો બરાબર રીતે તમે ઉપયોગ કરી જાણો તો તમારી સુંદરતા વધારે નિખરી ઉઠે છે.

આજે આપણે વાત કરીશું પ્રકૃતિપ્રાપ્ત મુલતાની માટીની. મુલતાની માટીમાં કેટલાંક એવા પોષક તત્વો મળી આવ્યા છે, જેને કારણે આ ત્વચા માત્ર સાફ અને ખૂબ સૂરત જ નથી બનતી, પણ એનાથી એક પ્રકારની સુરક્ષા પણ મળી રહે છે. મુલતાની માટીમાં ઘણાંબધાં પોષક તત્વો જોવા મળ્યા છે જેમ કે ૧૩.૧ ટકા મોશ્ચરાઈઝર, ૪.૪૭ ટકા તેલ, ૬.૩ ટકા પ્રોટીન, ૯.૪ ટકા કાર્બોહાઈડ્રેટ, ૧૩.૩૩ ટકા ખનિજ લવણ, આ ઉપરાંત વિટામિન 'એ' તથા 'ઈ' પણ મુલતાની માટીમાં જોવા મળ્યાં છે.

મુલતાની માટી એક ફેસપેક જ નહીં, પણ એ ઉત્તમ ક્વોલિટીનું ક્લિન્ઝર ટોનર અને મોશ્ચરાઈઝર છે જે ત્વચાને યોગ્ય પ્રમાણમાં પોષણ દઈને એને મુલાયમ બનાવે છે. તડકામાં ત્વચાની સામે એક પ્રકારનું સંરક્ષણકવચ તૈયાર કરી આપે છે. ત્વચાના રંગ-રૂપ નિખારીને સાફ અને ચમકદાર બનાવી દે છે. મુલતાની માટીમાંના વિટામીન 'એ' અને વિટામીન 'ઈ' ત્વચાને કરચલીઓથી બચાવે છે. એનો રોજ પ્રયોગ કરવામાં આવે તો રંગ-રૂપ ખીલવા માંડે છે.

મુલતાની માટીનો પ્રયોગ ખીલ માટે ખૂબ લાભદાયક નીવડે છે. જ્યારે ખીલ નીકળે છે ત્યારે મુલતાની માટીને વાટીને બે નાની ચમચી મુલતાની માટી, એક નાની ચમચી લીંબુનો રસ, એક નાની ચમચી ચણાનો લોટ અને ચપટી હળદર ભેળવીને પેસ્ટ બનાવો. ખીલવાળી ત્વચા પર આ લેપ અઠવાડિયામાં બે વાર લગાડો. આથી ત્વચા સ્વસ્થ તથા નિર્મળ થઈ જશે. ખીલ પણ ખતમ થઈ જશે.

વાળની ખૂબસૂરતી માટે બે મોટી ચમચી મુલતાની માટીમાં એક મોટી ચમચી દહીં ભેળવવું. એમાં એક મોટી ચમચી લીંબુનો રસ મેળવો. પછી સરખા પ્રમાણમાં વાળના મૂળમાં લગાડો. થોડીવાર રહેવા દો. આનાથી વાળ મુલાયમ, રેશમી તથા ભરાવદાર થશે અને વધારે સમય સુધી કાળા પણ રહેશે.

તડકામાં નીકળવાથી ચહેરાની સાથે સાથે શરીરની ત્વચા પણ કાળી પડી જાય છે. આ કાળાશને દૂર કરવા માટે બે નાની ચમચી મુલતાની માટીમાં એક ચમચી મલાઈ, એક નાની ચમચી રાઈનું તેલ, ચપટી હળદર, અને એક ચમચી ચણાનો લોટ ભેળવીને પેસ્ટ બનાવો.

નાહતાં પહેલાં આ શરીર પર લગાડો અને શરીરને સાફ કરો. આમ કરવાથી ત્વચા ચમકીલી બનશે. એ સાથે સાફ, સુંદર, ગોરી પણ થશે. શુષ્ક ત્વચાને ખૂબસૂરત બનાવવા માટે બે મોટી ચમચી મુલતાની માટીમાં એક નાની ચમચી

બદામનું તેલ ભેળવો. એમાં જ એક મોટી ચમચી મધભેળવીનેપેસ્ટબનાવો.

વીસ મિનિટ સુધી ચહેરા પર લગાડી રાખો અને પછી પેસ્ટ સૂકાઈ જાય બાદ હુંફાળા પાણીથી ધોઈ લો. અઠવાડિયામાં એકવાર આ પ્રયોગ કરો. આનાથી ત્વચા કાંતિમય, સૌમ્ય બની જશે.

ચહેરા પર પડતી કરચલીઓથી બચવા માટે ચાર-પાંચ બદામ વાટો. એમાં ચાર નાની ચમચી ખીરાનો રસ તથા બે નાની ચમચી મુલતાની માટી ભેળવીને પેસ્ટ બનાવો. મહિનામાં ચાર વાર લગાડવાથી આ કરચલીઓ દૂરથશે.ત્વચાનરમતથાચમકદારબનશે.

ઓઈલી સ્કિનને સાફ, સ્વસ્થ બનાવી રાખવા માટે બે નાની ચમચી મુલતાની માટીમાં ત્રણ નાની ચમચી ગુલાબજળ ભેળવીને પેસ્ટ બનાવો. અઠવાડિયામાં બે વાર લગાડવાથી ખીલ, કાળા ડાઘ વગેરેથી મુક્તિ મળશે. ત્વચા રોગમુક્ત થવાની સાથે સાથે કાંતિમય બનશે.

ડોક પર કાળાશ ઘણીવાર આવી જતી હોય છે. આ ડોક પર ચમક અને નિખાર લાવવા માટે બે મોટી ચમચી મુલતાની માટીમાં એક ચમચી કાચું દૂધ, એક મોટી ચમચી નાળિયેર પાણી ભેળવીને ૨૦ મિનિટ સુધી ડોક પર લગાડો.

સુકી થઈ જવા બાદ ઠંડા પાણીથી ધૂઓ. અઠવાડિયામાં બે વાર લગાડવાથી ડોક પરની કાળાશ દૂર થઈજશે.આ રીતે મુલતાની માટી તમારા રૂપ-સૌંદર્યને નિખારે તો છે જ પણ એ સાથે તમારા વ્યક્તિત્વને પણ આકર્ષક બનાવે છે. જો આ પ્રોડક્ટ્સનો વધુ ઉપયોગ કરવામાં આવે તો તે ધાતક સાબિત થઈ શકે છે.

જ્યા દાક્તરિ સલાહ નિ જરુર હોય ત્યા દાક્તરિ સલાહ ને અવગણસો નહિ.

6

મોગલ શાસનકાળમાં વફાદારીની ગૌરવશાળી નૃત્યાંગનાઓ

ઐતિહાસિક ભારતમાં નૃત્યાંગનાઓનું આગવું મહત્ત્વ રહ્યું છે. રૂપ રૂપના અંબાર સમી, કોકિલકંઠી નૃત્યાંગનાઓ બાદશાહોના દરબારમાં માથાથી પગ સુધી ઢંકાઈ જતાં વસ્ત્રાભૂષણો પહેરીને સુરુચિપૂર્ણ નૃત્ય રજૂ કરતી ત્યારે બાદશાહો સાથે તેમની બેગમો પણ હાજર રહેતી. આ નૃત્યાંગનાઓનો દરજ્જો ભલે નિમ્ન ગણવામાં આવતો.

આમ છતાં તેમને ચોક્કસ પ્રકારના માનપાન મળતાં. ઘણાં બાદશાહો અને તેમના પુત્રો આ નૃત્યાંગનાઓ પર ઓવારી ગયા હતા અને તેમને પોતાની બેગમ બનાવી હોવાના દાખલા પણ મોજૂદ છે.

આજે આપણે મોગલ કાળની કેટલીક પ્રભાવશાળી નૃત્યાંગનાઓની વાત કરીએ.બાદશાહ અકબરના સમયની વાત કરીએ તો સહરાનપુરની રૂપમતી નામની એક નૃત્યાંગના માટે એમ કહેવાતું કે તે ચાંદ કરતાં પણ વધુ સુંદર હતી.

ઉત્તર ભારતમાં લોકો તેને ટયુલિપના ફૂલ જેવી, વસંતઋતુની પરોઢ જેવી ખૂબસુરત કહેતા. તે સમયના ભાટ-ચારણો દિલ્હી-આગ્રાની શેરીઓમાં તેના રૂપની પ્રશંસા કરતાં ગીતો ગાતાં. એમ કહેવાતું કે તેને જોતાવેંત જ કોઈપણ પુરૂષ તેના પ્રેમમાં પડી જાય. તેની મદહોશીભરી આંખોથી તે કોઈને એકવાર જોઈ લે તો તે વ્યક્તિ જાણે કે સાતમા આસમાને ઉડવા લાગે.

મહત્ત્વની વાત એ છે કે તે રૂપનો ઢગલો હતી, તેના અંગ અંગમાંથી નૃત્ય છલકાતું તોય બેવફા નહોતી. એક વખત માળવાના શાસક બઝ બહાદુર રૂપમતીને ઉજ્જૈન ખાતે નૃત્ય કરતી જોઈને તેના ઉપર મોહી પડ્યો અને તેને તેના જનાનખાનામાં સામેલ કરી દીધી. અકબરનો ઈતિહાસ લખનાર અબુલ ફઝલે નોંધ્યું છે કે રૂપમતી પોતાના સૌંદર્ય માટે દુનિયાભરમાં જાણીતી હતી.

બઝ બહાદુર તો તેના પ્રેમમાં પાગલ થઈ ગયો હતો. તે રૂપમતીની પ્રશંસામાં કવિતાઓ રચતો.બઝ બહાદુર અને રૂપમતીની પ્રેમ કહાણીઓ સાંભળીને યુવાન અકબરે કોઈપણ ભોગે રૂપમતીને પોતાની બનાવવાનું નક્કી કર્યું. પરંતુ બઝ બહાદુર રૂપમતીને છોડવા તૈયાર ન થયો ત્યારે અકબરે તેની સેનાને માળવા પર આક્રમણ કરવાનો હુકમ કર્યો.

રૂપમતી અને બઝ બહાદુર તેમને પહોંચી વળવા બનતા પ્રયાસો કર્યાં. પરંતુ તેઓ આ શક્તિશાળી સેના સામે ટકી ન શક્યા. દરમિયાન માળવા હારી ગયું અને બઝ બહાદુર ખાનદેશ નાસી ગયો. પરંતુ રૂપમતીએ આક્રમણખોરોના હાથમાં ઝડપાઈ જવાને બદલે વિષપાન કરીને પોતાનું જીવન ટૂંકાવી દીધું.

યુવાન અકબકને જ્યારે આ વાતની ખબર પડી ત્યારે તેના પસ્તાવાનો પાર નહોતો રહ્યો. તેણે ઉજ્જૈનમાં રૂપમતીનો મકબરો બનાવડાવ્યો. પછીથી બઝ બહાદુર મૃત્યુ પામ્યો ત્યારે તેની કબર પણ ત્યાં જ બનાવામાં આવી.

મોગલકાળની અન્ય નૃત્યાંગના હતી અનારકલી. સૌંદર્યની મૂર્તિ નાદિરા બેગમ ઉર્ફે શરફ-ઉન-નિસાને બાદશાહ અકબરે 'અનારકલી' (દાડમની કળી) નામ આપ્યું હતું. એમ કહેવાય છે કે એક વખત બાદશાહે અનારકલીને પોતાના કુંવર સલીમને અછડતો સ્પર્શ કરતી જોઈ લીધી.

સલીમ અનારકલીના મોહપાશમાં જડકાઈ ગયો હોવાની અફવાઓ દરબારમાં ઉડવા લાગી ત્યારે તે ક્રોધથી ધૂંઆપૂંઆ થઈ ગયો. તેને એમ લાગ્યું કે એક નાચનારી સુંદરી તેના પુત્રના પ્રેમને લાયક ન હોઈ શકે. તેથી તેણે તેને બે દિવાલો વચ્ચે જીવતી જ પૂરી દેવાનો હુકમ કર્યો. દિવાલો વચ્ચે પુરાઈને શ્વાસ લેવા તરફડિયાં મારતી અનારકલીએ છેલ્લી વખત જોરથી સલીમના નામની બૂમ પાડી અને પછી ચીર નિંદ્રામાં પોઢી ગઈ.

પછીથી સલીમે જહાંગીરના નામે ગાદી સંભાળી ત્યારે તેણે લાહોરમાં અનારકલીના નામનો મકબરો બનાવ્યો હતો. સદીઓ પછી પણ લોકો તેમના પ્રેમને યાદ કરે છે.રાણા-દિલ નામની અન્ય એક નૃત્યાંગના શાહજહાંના દરબારની શોભા હતી.

એમ કહેવાય છે કે શાહજહાંનો જ્યેષ્ઠ પુત્ર દારા શિકોહ તેના ઉપર ઓવારી ગયો હતો. તેના સૌંદર્યથી અંજાઈ ગયેલો દારા શિકોહ રાણા-દિલ સાથે નિકાહ

કરવા માગતો હતો. પરંતુ શાહજહાંને તે મંજૂર નહોતું. તે દ્વારા શિકોહની મુખ્ય બેગમ નૂર મહલને દુઃખી કરવા નહોતો માગતો.

પરંતુ આ વાત દારા શિકોહને એટલી બધી લાગી આવી કે તે દિવસોદિવસ ફીકો પડતો ગયો. હતોત્સાહ થયેલા રાજકુંવરની મૃત્યુ તરફની ગતિ જોઈને શાહજહાંએ તેને રાણા-દિલ સાથે નિકાહ કરવાની મંજૂરી આપી. સાથે સાથે તેને તેની રાણી જેવા સઘળાં માનપાન પણ આપવામાં આવ્યાં. અને રાણા-દિલ પણ આજીવન દારા શિકોહને જ વફાદાર રહી.

એમ કહેવાય છે કે દારા શિકોહના નિધન પછી ઔરંગઝેબ રાણા-દિલ સાથે નિકાહ કરવા માગતો હતો. તેણે પોતાના સંદેશવાહક સાથે રાણા-દિલને કહેણ મોકલ્યું કે તેને તેના સુંદર વાળ બહુ ગમે છે, ત્યારે રાણા-દિલે પોતાના વાળ કાપીને ઔરંગઝેબને તાસક પર ધરી દીધાં, સાથે ઔરંગઝેબને એવું કહેણ પણ મોકલ્યું કે તે એકાંતવાસમાં રહેવા માગે છે.

પરંતુ ઔરંગઝેબનો તેના પ્રત્યેનો મોહ ન ઘટ્યો. તેણે રાણા-દિલને કહેવડાવ્યું કે તે તેના સૌંદર્ય પર મોહી પડ્યો છે અને તેને પોતાની રાણી બનાવવા માગે છે. તેની અન્ય રાણીઓની જેમ તેને પણ રાણી તરીકેના સઘળાં માનપાન મળશે. પણ રાણા-દિલટસની મસનથઈ.

બલ્કે તેણે પોતાનો ખૂબસુરત ચહેરો ઠેકઠેકાણેથી ચીરી નાખ્યો અને તેમાંથી રહેતું રક્ત એક વસ્ત્ર પર લગાવીને ઔરંગઝેબને મોકલી આપ્યું. સાથે એમ પણ કહેવડાવ્યું કે જો તે આ રક્તથી સંતૃપ્ત થયો હોય તો તે તેને આવકારશે. તે જે રૂપ પર મોહી પડ્યો હતો તે રૂપ જ હવે તેની પાસે નથી રહ્યું. ત્યાર બાદ ઔરંગઝેબ તેની નિષ્ઠાને માન આપીને તેને પામવાના વિચારો ત્યજી દીધાં હતાં. અને રાણા-દિલના એકાંતવાસમાં કોઈ ખલેલ નહોતી પહોંચાડી.

રાણા-દિલ જ્યાં સુધી જીવી ત્યાં સુધી કોઈએ તેને નહોતી જોઈ. મોગલ શાસનના પાછોતરા સમયમાં લાલ કુંવર નામની એક અત્યંત ગ્લેમરસ અને તોફાની કહી શકાય એવી નૃત્યાંગના થઈ ગઈ.

જાણીતા સંગીતજ્ઞા તાનસેનની વારસ ગણાતી લાલ કુંવરનો મધુર કંઠ અને તેના નૃત્યની અંગભંગિમાઓએ ઔરંગઝેબના પૌત્ર જહાં-નદાર શાહને તેનો દીવાનો બનાવી દીધો હતો.

તત્કાલીન ભાટ-ચારણો તેના રૂપની ગાથાઓ ગાતા. જહાનદાર જ્યારે તખ્તનશીન થયો ત્યારે તેના મહેલોમાંનો એક 'ઈમ્તિયાઝ મહલ' લાલ કુંવરના નામે કરી દીધો હતો. તે સમયમાં તેને રાજ્યના ખજાનામાંથી વાર્ષિક ૨૦૦ કરોડ રૂપિયા આપવામાં આવતાં. જહાનદાર પર તેનો ભારે પ્રભાવ જોઈને લાલ કુંવરે પોતાના લાગતાવળતા લોકોને રાજ્યમાં ઉચ્ચ હોદ્દે બેસાડી દીધાં હતાં.

જહાનદાર પોતાનો હોદ્દો ભૂલીને તેની સાથે બળદગાડામાં બેસીને બજારમાં જતો.

બંને વચ્ચેનો પ્રેમ એટલો ગાઢ હતો કે લાલ કુંવર રણમેદાનમાં પણ જહાનદાર સાથે જતી. તેમણે સંતાન-પ્રાપ્તિની ઈચ્છાથી ચિરાગ-ઈ-દિલ્હી સ્થિત નસીરૃદ્દીન ઔઠીની કબર પાસેના તળાવમાં નિઃવસ્ત્ર થઈને સ્નાન કર્યું હતું. જહાનદારને જ્યારે લાલ કિલ્લામાં કેદ કરવામાં આવ્યો ત્યારે પણ લાલ કુંવર તેની પડખે રહી હતી.

પછીથી જહાનદારની કતલ કરી નાખવામાં આવી. ત્યાર પછી લાલ કુંવરને મૃત બાદશાહોની વિધવાઓ અને અન્ય પરિવારજનોના સુહાગપુરા ખાતે આવેલા આશ્રયસ્થાપનમાં મોકલી આપવામાં આવી હતી. મોગલ શાસકોમાંથી મોહમ્મદ શાહ રંગીલા સૌથી મોજીલો શાસક હતો. તેના શાસનકાળ દરમિયાન ઉત્તર ભારતની મોટાભાગની બધી મહત્ત્વકાંક્ષી નૃત્યાંગનાઓ અને ગણિકાઓએ દિલ્હીની વાટ ઝાલી હતી.

પરંતુ આમાંની સૌથી સુંદર અને રાજ્ય પર પ્રભાવ પાડનારી નૃત્યાંગના હતી નૂર બાઈ. એમ કહેવાય છે કે તે શાહી ઠાઠથી જીવતી. તે હાથી પર સવારી કરતી ત્યારે સૈનિકો તેની સાથે રહેતા. તે શહેરની સેર કરવા નીકળતી ત્યારે તેની એક ઝલક મેળવવા લોકો એકઠાં થતાં. ગજબનું વાક્યાતુર્ય ધરાવતી નૂર બાઈ એટલી જ હાજરજવાબી પણ હતી.

નાદિર શાહ પોતાના દિલ્હી ખાતેના શાસનકાળ દરમિયાન નૂર બાઈથી એટલા બધા અંજાઈ ગયા હતા કે તેમણે તેને ૪૦૦૦ રૃપિયા આપીને પર્શિયા લઈ જવાનો હુકમ આપી દીધો. જોકે ચતુર નૂર બાઈએ દિલ્હીમાં જ પર્શિયન ગઝલ ગાઈને પર્શિયા જવાનું ટાળી દીધું હતું. પશ્ચિમ ભારતમાં જાણીતી નત્યાંગના મસ્તાનીએ બાજીરાવ પેશવા-૧ (૧૭૨૦-૪૦)નું દિલ જીતીને ઈતિહાસ રચ્યો હતો.

હિન્દૂ પિતા અને મુસ્લિમ માતાની પુત્રી મસ્તાનીને ગીત-નૃત્યની સઘન તાલીમ આપવામાં આવી હતી. બુંદેલા શાસકોના છત્ર સાલના દરબારની શોભા બનવાથી પહેલા જ તેને આ તાલીમ આપી દેવામાં આવી હતી. મોગલો સામેના યુદ્ધમાં મદદ કરવા બદલ બાજી રાવને મસ્તાનીનામનોસૌંદર્યનોખજાનોસોંપીદેવામાંઆવ્યોહતો.

બાજી રાવ પણ મસ્તાનીની બહાદુરી અને અદાઓથી અંજાઈ ગયો હતો. તેણે પુણેમાં મસ્તાની માટે મહેલ ચણાવ્યો હતો. મસ્તાની પણ બાજી રાવના ગળાડૂબ પ્રેમમાં હતી. મસ્તાનીના પ્રેમમાં ગિરફતાર થયેલો બાજી રાવ પોતાની શાસકીય ફરજો ચૂકવા લાગ્યો હતો. તે તેની સાથે માદિરાપાન અને માંસાહાર કરતો.

છેવટે તે પોતાના જ રાજમાં અળખામણો થઈ પડયો. મસ્તાનીનું અપહરણ કરીને તેને જેલમાં ધકેલી દેવામાં આવી. બાજીરાવ માટે આ આઘાત અસહ્ય થઈ પડયો. તે મરણ પથારીએ પડયો.

મસ્તાનીને આ વાતની જાણ થઈ ત્યારે મસ્તાની જેલમાંથી નાસીને બાજીરાવને મળવા દોડી. પણ ત્યાં સુધી બાજીરાવે પ્રાણ ત્યાગી દીધાં હતાં. છેવટે મસ્તાની બાજીરાવ પાછળ સતી થઈ હતી

.૧૮મી સદીના ઉત્તરાર્ધમાં નૃત્યકળાએ લખનઉ તરફ પ્રયાણ કર્યું. અને યુરોપીયનો તત્કાલીન સમયની નૃત્યાંગનાઓના આશ્રયદાતાઓ બન્યા. તે વખતે, એટલે કે ૧૮મી સદીના ઉત્તરાર્ધમાં તેમ જ ૧૯મી સદીમાં કૌનમ, નિકી મુદ્રપલાની જેવી નૃત્યાંગનાઓએ યુરોપીયનોને પ્રભાવિત કર્યાં હતા. ડો.મિહિર. એમ વોરા.

સંદર્ભસાહિત્ય - ઋજુતા વિવિધ અખબારો ની કોલમો , અહેવાલો અને વિકિપીડિયા